கோடைகாலக் குறிப்புகள்

1985இல் சுகுமாரன்

கோடைகாலக் குறிப்புகள்

சுகுமாரன் (பி.1957)

கோவையில் பிறந்தவர். அச்சிதழ், தொலைக்காட்சி, நூல் வெளியீட்டுத் துறைகளில் பணியாற்றியவர். கவிஞர், கட்டுரையாளர், நாவலாசிரியர், மொழிபெயர்ப்பாளர். காலச்சுவடு இதழின் பொறுப்பாசிரியர். கனடா தமிழ் இலக்கியத் தோட்டத்தின் வாழ்நாள் சாதனையாளருக்கான இயல் விருதை 2016இல் பெற்றவர்.

தொடர்புக்கு: nsukumaran@gmail.com

சுகுமாரன்

கோடைகாலக் குறிப்புகள்

காலச்சுவடு பதிப்பகம்

● அன்பார்ந்த வாசகருக்கு,

வணக்கம்.

காலச்சுவடு நூலை வாங்கியமைக்கு நன்றி.

நூலின் உள்ளடக்கம், உருவாக்கம், அட்டைப்படம் இன்ன பிற அம்சங்கள் பற்றிய உங்கள் கருத்துகளையும் ஆலோசனைகளையும் காலச்சுவடு வரவேற்கிறது. தகவல், எழுத்து, வாக்கியப் பிழைகள் தென்பட்டால் கட்டாயம் தெரிவித்து உதவுங்கள். நூல் தயாரிப்பில் கடும் குறைபாடு இருப்பின் மாற்றுப் பிரதி உங்களுக்குக் கிடைக்கக் காலச்சுவடு ஏற்பாடு செய்யும்.

மின்னஞ்சல்: *publisher@kalachuvadu.com*

காலச்சுவடு நாகர்கோவில் தலைமையகத்துக்கும் கடிதம் அனுப்பலாம்.

தங்கள்
எஸ்.ஆர். சுந்தரம் (கண்ணன்)
பதிப்பாளர் — நிர்வாக இயக்குநர்

கோடைகாலக் குறிப்புகள் ❖ கவிதைகள் ❖ ஆசிரியர்: சுகுமாரன் ❖ © நா. சுகுமாரன் ❖ முதல் பதிப்பு: மார்ச் 1985 ❖ காலச்சுவடு முதல் பதிப்பு: டிசம்பர் 2012, ஆறாம் பதிப்பு: ஜூலை 2023 ❖ வெளியீடு: காலச்சுவடு பப்ளிகேஷன்ஸ் (பி) லிட்., 669, கே.பி. சாலை, நாகர்கோவில் 629001

kooTaikaalak kuRippukaL ❖ Poems ❖ Author: Sukumaran ❖ © N. Sukumaran ❖ Language: Tamil ❖ First Edition: March 1985 ❖ Kalachuvadu First Edition: December 2012, Sixth Edition: July 2023 ❖ Size: Demy 1 x 8 ❖ Paper: 18.6 kg maplitho ❖ Pages: 64

Published by Kalachuvadu Publications Pvt. Ltd., 669, K.P. Road, Nagercoil 629001, India ❖ Phone: 91-4652-278525 ❖ e-mail: publications@kalachuvadu.com ❖ Printed at Adyar Students xerox Pvt. Ltd., No. 275 Habibullah Road, Triplicane high Road, Opp Triplicane Post Office, Triplicane, Chennai 600005

ISBN: 978-93-81969-59-5

07/2023/S.No. 504, kcp 4552, 18.6 (6) rss

அம்மாவுக்கும்
தங்கை உமாவுக்கும்

ஓவியர்கள் :
கே.எம். ஆதிமூலம், ஆர்.பி. பாஸ்கரன், ஆர். வரதராஜன்.

நண்பர்கள் விக்ரமாதித்யன், எம்.ஆர். சண்முகசுந்தரம், பஷீர் ஆகியோருக்கும்
கநய, கணையாழி, ழ, கவனம், சதங்கை, ஸ்வரம், நிகழ், மீட்சி
ஆகிய பத்திரிகைகளுக்கும்
நன்றி.

பொருளடக்கம்

முன்னுரை	11
வளர்ப்பு மிருகம்	17
நிகழ்	19
நட்பறுத்த காதுகள்	20
கண்: சில குறிப்புகள்	21
இசை தரும் படிமங்கள்	23
சாகத் தவறிய மறுநாள்	25
சுவர்கள்	27
மலைநகரத்தில் நாள்	29
பின்மனம்	31
அப்போது புத்தகங்கள்	32
இன்னும் எலும்புகள்	34
வெளியில் ஒருவன்	36
இறந்த எனது கடவுள்	39
இங்கே இருக்கிறேன்	41
உதகமண்டலம்	43
காலி அறை	44
கோடைகாலக் குறிப்புகள்	46
6 ஜூலை 1984	50
கையில் அள்ளிய நீர்	51
கனவுக் கவிதை	52
கோடை(க்) காலப் பின்குறிப்புகள்	53

நான், மனிதனின் நிலை பற்றி அவநம்பிக்கை கொண்டவன்; எனினும் மனிதனைக் குறித்து நம்பிக்கை கொண்டவன் என்று என்னைச் சொல்லிக்கொள்வேன்.

ஆல்பெர் காம்யு
('கட்டுரைகளும், குறிப்பேடுகளும்' – பக்கம்: 277)

முன்னுரை

வன்முறை சார்ந்த ஒரு மொழியும், இறுக்கமான வடிவமைப்பும், மகிழ்ச்சியற்று வாழ்வின் யதார்த்தங்களைப் பார்வையிடும் கோணமும், வாழ்தலில் பிடிபடும், பிரதான்யப்படும் சொற்ப அம்சங்கள் அதீதமாய் ஒளிர்பவை என்ற போதிலும், அதை மீறி உறுத்தும் நிகழ்முறையிலிருந்து தப்பிக்க விரும்பும் அந்நியப் பட்ட மனமும் சுகுமாரனின் கவிதைகளின் சாராம்சமாக இருக்கின்றன. 'நான்' கவிதைகள் யாவுமே ஒரு துன்புறும் மனதின், தவிக்கும் உடலின் பிரதிபலிப்புகள். ஆறுதலுக்கென்று எதையாவது பற்றிக்கொண்டுவிட வேண்டும் என்கிற இக் கவிதை மனிதனின் கடவுள் இறந்தவர் மட்டுமல்லாது, தன் இறப்பை சதா நினைவூட்டிக்கொண்டிருப்பவர். கடவுளின் இறப்பை அறிந்தும் இக் கவிதைமனிதன் வாழ்கிறான். அடுத்து, இவன் புத்தகங்களாலும் கைவிடப்படுகிறான். இந்த இடத்தில் காம்யுவின் இறுதி நாவலான 'வீழ்ச்சி'யின் (*The Fall*) நாயகன் ழான் பாப்டிஸ்ட் க்ளெமன்ஸ் (*Jean Baptiste Clemence*) – இன் வார்த்தைகள் நினைவுக்கு வருகின்றன:

Ah moncher, for anyone who is alone, without God
without a master, the weight of days is dreadful.
Hence one must choose a master, God being out of fashion.

ஏராளமாய்ப் பயணப்படும் 'பின் மனம்' கொண்ட இக்கவிஞருக்கு, ரயில் நிலையங்களிலும் சரி, மலைநகரங்களிலும் சரி – சந்தோஷமான படிமங்கள் கிடைப்பதில்லை. நெருக்கும் இரண்டு பாறைகளுக்கிடையில் சிக்கிக்கொண்ட சூழ்நிலையிலும், நம்பிக்கைக்கான கையகல இடம் போதும் என்ற உணர்த்தலையும் தருகிறார். நம்பிக்கையும் நம்பிக்கை இழப்பும் ஒவ்வொரு நாளும் அலைக்கழிக்கும்

இவரின் பார்வைக்குள்ளிருந்து பிறக்கும் படிமங்களின் யதார்த்தமும் சர்ரியலிஸத் தன்மையும் சரிசமமான வீச்சும், சக்தியும் கொண்டவை.

பொதுப் பார்வையிலிருந்தும், தனிமனிதப் பார்வையிலிருந்தும் கவிதைகளுக்குள் பெறப்படும் வாழ்வின் அம்சங்கள் இக்கவிஞரின் மனச்சூறாவளியில் இடம்மாறிப் போகின்றன; உருமாற்றம் அடைகின்றன. இந்த உருமாற்றம் விளைவிக்கும் கவிதை வரிகள் வேறு எவரைப் போலவும் சுகுமாரனை இல்லாதிருக்கச் செய்கின்றன. இவர் மீதான பாதிப்பு என்று ஒருவரைச் சொல்ல வேண்டுமானால் மலையாளக் கவி சச்சிதானந்தனைச் சொல்லலாம் – ஒரு வசதிக்காக.

சுகுமாரனின் கவிதையை முதன்முறையாக *கணையாழி* இதழில் படிக்க நேரிட்டது. இசை என்னும் அரூபக்கலையின் உணர்ச்சிமிக்க பாதிப்புகளை அதில் படித்தவுடன் கவிதையும் கலைஞனும் எனக்கு அடையாளப்பட்டுப் போனார்கள்.

விரல்களில் அவிழ்ந்தது தாளம்
புறங்களில் வீசிக் கசிந்தது குரல்
... ...
ஈரம் சுருங்கிய பிடிமணலாய்ப்
பிளந்தேன்
தொலைவானின் அடியில்
நூலறுந்த பலூன்

இவ்வரிகளில் சுகுமாரனுக்கு இசையின் அனுபவம் தந்ததை இசையை 'உணர்பவர்கள்' அறிவார்கள். அவ்வாறே அதன் கவிதையையும்.

'தான்' என்பதிலிருந்து வீடு எனும் அமைப்புக்குள்ளும் வரமுடியாதவனின் 'இருப்பின் துயர்'களால் படைக்கப்படும் பிரயோகங்கள்:

அடைக்கலம் என்று வந்தால்
யாருடையதோ போல வரவேற்கும் வீடு.
... ...
உறவுகள் அறுத்தெடுத்த இதயத்தசை மேஜையில் கிடக்கும்
இன்னும் ரத்தம் கசிய

சில சமயங்களில் இயற்கையுடன் இயைந்து உறவுகொள்ளும் கவிஞனின் குரல் (மலைநகரத்தில் நாள், உதகமண்டலம்) அந்நியப்படுதலின் உக்கிரத்தில்

'வெளி'யையும் பாதுகாப்பற்றதாகக் கணிக்கிறது. அகண்ட வெளியில் தனித்து உணரும் நபரின் உணர்ச்சிகள், ஹோவென்று இரையும் கடலின் முன் நிறுத்தப் பட்ட குழந்தையின் மனப்பதிவுகள் போன்றவற்றையும் இக்கவிதைகளில் நம்மால் உணர முடியும்.

இப் படிமப் பிரயோகங்களின் சந்தோஷமின்மையும் சீற்றமும் அழகு தவிர்த்த தன்மையும் பலருக்கு ஒப்புதலாக இல்லாது இருக்கலாம். ஆனால் வாழ்க்கை, சுத்திகரிக்கப்பட்ட, கருத்தியலான, அழகான உலகமல்ல என்று தெரிவிப்பதற்காகவே சுகுமாரன் உறுத்தும், சிராய்க்கும், அருவருப்பூட்டும் படிமங் களின் பயன்பாட்டாளர் ஆகிறார். 'கோடைகாலக் குறிப்புகள்' என்ற நீண்ட கவிதை அல்லது கவிதைத் தொடர் இக்கவிதைகளிலேயே சிறந்த சாதனை என ஏற்றுக் கொள்ளப்படலாம். துன்புறுத்தும் கோடையில் என்றென்றும் வாழும் மனிதர்களுக் கான கவிதைகள் இவை. இவற்றின் அழுத்தமும் வெளிப்பாடும் சொற்களின் தேர்வும் இம்மனிதர்களின் உள் மற்றும் வெளி உலகங்களின் அனுபவங்களை மிகச் சரியாகக் காட்ட உதவுகின்றன.

ஒரு பிரம்மாண்ட சிலந்திபோல
கான்கிரீட் காடுகளுக்குமேல் அசைகிறது சூரியன்

என்ற வரிகளின் நவீனத்துவம் பல கவிதைத் தொகுதிகளைப் படித்த பிறகும் கிடைக்காத ஒன்று. மரணம் பற்றிய பிரக்ஞையால் உந்தப்பட்ட கவிதைகளில் ஸில்வியா பிளாத் (*Sylvia Plath*) ஆலும், சில ஆல்பெர் காம்யுவாலும் விளக்கமூட்டப் படலாம். *Dying is an art* என்று எழுதினார் அமெரிக்கப் பெண் கவிஞர் பிளாத். மரணம் வாழ்க்கைக்கு ஒருவிதமான முழுமையையும், முன்பு இருந்திருக்காத ஒரு அமைவையும் தருகிறது என்றவர் காம்யு.

தந்தையிடமிருந்து அந்நியமாகும் தனயர்கள் காஃப்காவிலிருந்து புதுமைப்பித்தன் மற்றும் க.நா.சு.வரை படைப்புலகில் காணக் கிடைக்கின்றனர். சுகுமாரனின் அந்நியத்துவம் அப்பாவின் சித்திரத்தை அப்பாத்திரத்திற்கான மரியாதையுடன் சில சீற்றம் மிகுந்த வரிகளில் சொல்லிய பிறகு, விருப்போ வெறுப்போ இல்லாத அக்கறையின்மையில் நிலைத்துவிடுகிறது. இதற்குத் தேவையான புறவயத்தன்மை இவரிடம் இருக்கிறது.

கிளிகள் போன்ற படிமங்கள், பெண்கள் – இவர் கவிதைகளில் ரொமான்டிசிசத்தை எதிர்த்த நிலையில் இடம்பெறுகின்றன. *Fantasy*யின் நிலையை ஒத்த ஒரு

தன்மையில் கிளியின் இருப்பு இருந்து தவிக்கிறது. உயிரின் வாழ்நிலைத் தவிப்புகளைத் தன்மீது ஏற்றி, கிளி என்கிற சொல் தன்னைச் சூழ்ந்த அர்த்தங்களைத் தந்து விடுகிறது. அநேகமாய்ப் பல காதல் கவிதைகளில் சீரழிக்கப்பட்டுவிட்ட பல சொற்களை சுகுமாரன் மீட்டெடுக்கிறார். தேய்ந்துபோன வார்த்தை நாணயங்களை மீண்டும் ஒலிக்கும் நல்ல உலோகத்தின் தோற்றத்துத் தூய்மைக்குக் கொண்டு வரும் சாத்தியங்கள் இவர் கவிதைகளில் உள்ளன. 'காதல் கவிதை'யையோ 'என் கவிதை'யையோ எழுதி மலினப்பட்டுவிடாமல் சுகுமாரன் கவிதையில் கவனம் செலுத்தியிருக்கிறார்.

உதகமண்டலம்   பிரம்மராஜன்
2 பிப்ரவரி 1985

1985இல் அச்சாக்கம்பெற்ற முதல் பதிப்பின் முகப்பு

வளர்ப்பு மிருகம்

தளர்ந்து
உயிர் பிரியத் தவிக்கும் உடம்பாய்க் குறுகி
எங்கோ பார்த்துக் கொண்டிருந்த
என் கால்களை முகர்ந்தது அது
அதன் கண்களில் நிராதரவு
இரங்கி
சில சொற்களை எறிந்தேன்
பசி நீங்கியும் போகாமல்
என் நிழலைத் தொடர்ந்தது அது

நாளடைவில்
கால் முகம் ரோமம் என
உறுப்புகள் மீண்டன அதற்கு
பற்கள் நீண்டன
நகங்கள் வளர்ந்தன
கண்களில் குரோதம் அடர்ந்தது
அதற்குப் பயந்து
நண்பர்கள் வராமல் போனார்கள்
குழந்தைகள் ஒளிந்து கொண்டார்கள்

அது வளர்ந்து
என்னை விடப் பெரிதாச்சு
அதன் பற்களில் வெறி துடித்தது
எனினும்
என்னை ஒன்றும் செய்யாது என்றிருந்தேன்
அதன் முனகலும் உறுமலும்
என் அமைதியைக் கலைத்தன
அதன் ரோமங்கள் உதிர்ந்தும்
மூத்திரம் தேங்கியும்

மலம் குவிந்தும்
அறை நாற்றமடிக்கத் தொடங்கியது

தொல்லை தாளாமல்
நம்பிக்கைகளைக் கோர்த்துச் சங்கிலியாக்கிக்
கட்டி வைத்தேன்
உலாவப் போகையில் சங்கிலிகள் புரளக்
கூட வந்தது
பிறகு
இழுத்துப்போக வலுவற்ற என்னை
இழுத்துப்போகத் தொடங்கியது
சங்கிலிச் சுருளில் மூச்சுத் திணற
சிக்கிக் கொண்டேன் நான்
விடுபடத் தவிப்பதே விதியாச்சு

ஒருநாள்
விசை குறைந்த சங்கிலியைக் கைஉணர
அது தொலைந்ததென்று மகிழ்ந்தேன்
எனினும்
புலனாகாத எங்கோ
அகற்ற முடியாத சங்கிலியின் மறுமுனையில்
இருக்கக்கூடும் அதுவென்ற
பயம் பின்பு நிரந்தரமாச்சு.

மார்ச் 81

நிகழ்

விலக்கினாலும் கவிகிறது புகை
எதிலும் இடறிக் கொள்ளாமல்
களைந்து திரியவே தவிப்பு
கண்ணாடி முன் நின்றால்
கழுத்துக்கு மேலே வெறும் பெயர்
என்னைக் காணாமல் துடித்து
உள்கசியும் ரத்தத்திலும் சீழிலும் மட்கும் கணங்கள்
கால்கள் சிக்கிப்
பறக்கத் தத்தளிக்கும் நான்.

ஆகஸ்ட் 77

நட்பறுத்த காதுகள்

நட்பறுத்த காதுகள்
சொல்லுக்குக் கூசும்
சதை சுரண்டும் விரல்கள்
கண்களை வேவு பார்க்கும்
எனினும்
மனச்சுவர்ப் பிளவில் தளிர் மழைக்காய்.

ஜூன் 78

கண்: சில குறிப்புகள்

1. ஊன்றுகோலில் இருக்கிறது
   குருடனின் கண்

2. எங்கும்
   எப்போதும்
   உன்னை வேவு பார்க்க
   உண்டொரு கண் என்றுணர்

3. நண்பா
   நமது பொய்
   ஒரு நிறமுள்ள கண்ணாடியாய்க்
   கண் முன் நிலைத்து
   மறைக்கிறது பொருளின் உண்மையை

4. காற்று எற்றிய துகளில்
   கண் கரைந்து நீராச்சு
   பின்
   எதிரில் வந்தவர்க்குத்
   தலைக்குப் பதிலாய்ப்
   பச்சை சூரியன்

5. அறையில்
   காய்ச்சல் படிந்த கண்களுடன்
   கவிதைகளைத் தின்கிறது மரணம்

6. என்னுடைய முதலாவது கண்
 என் வாழ்க்கையை
 நடிப்பாக்கிக் கொண்டிருக்கையில்
 இந்த இரண்டாவது கண்
 என் நடிப்பை
 வாழ்க்கையாக்கிக் கொண்டிருந்தது.

7. உன் பார்வையே
 உன் விதி

8. கண்ணை விரி –
 வானத்தை அளப்பதுடன்
 மூத்திரத்தின் உப்பை அரிக்கும்
 எறும்புகளையும் மொய்க்க

9. என் கண்ணின் உப்பை
 என் நாக்கு சுவைக்க அனுமதி

10. கண்ணை ஆரோக்கியமாக வைத்துக்கொள்
 கண்ணே
 சகல நோய்க்கும் காரணம்.

அக்டோபர் 79

---

* சச்சிதானந்தனின் மலையாளக் கவிதையின் மொழிபெயர்ப்பு வரிகள்

சுகுமாரன்

இசை தரும் படிமங்கள்

1. விரல்களில் அவிழ்ந்தது தாளம்
   புறங்களில் வீசிக் கசிந்தது குரல்

   கொடித் துணிகளும்
   சுவர்களும் விறைத்துக் கொண்டன

   ஈரம் சுருங்கிய பிடிமணலாய்ப்
   பிளந்தேன்
   தொலை வானின் அடியில்
   நூலறுந்த பலூன்

   யாரோ தட்ட – 'கதவைத் திற'
   வெளிக்காற்றில்
   மழையும் ஒரு புன்னகையும்.

   (ஹரிக்கும் ஸ்ரீநிவாசனுக்கும்)
   ஆகஸ்ட் 78

2. புல்லாங்குழல்
   சகல மனிதர்களின் சோகங்களையும்
   துளைகளில் மோதிற்று

   கூரை முகட்டிலிருந்து இறங்கிய நாளங்கள்
   ரத்தமாய்ப் பெய்தன
   அறையெங்கும் இரும்பின் வாசனை

   மறுநிமிஷம்
   என் உப்புக் கரைந்து எழுந்தது
   மல்லிகை மணம்.

   (ஹரிபிரசாத் சௌரஸ்யாவுக்கு)
   டிசம்பர் 78

3. மழை தேக்கிய இலைகள்
   அசைந்து
   சொட்டும் ஒளி

   கூரையடியில் கொடியில் அமர
   அலைக்கழியும் குருவி

   காலம் – ஒரு கண்ணாடி வெளி

   எனக்கு மீந்தன
   கண்ணீரும் சிறகுகளும்.

   (யேசுதாஸுக்கு)
   டிசம்பர் 78

4. குழம்பியிருந்தது சூரியன் அதுவரை
   கரை மீறிய கடல்
   என் சுவடுகளைக் கரைத்தது
   இசை திரவமாகப் படர்ந்து உருக்க
   செவியில் மிஞ்சியது உயிர்
   திசைகளில் துடித்த தாபம்
   சகலத்தையும் பொதிந்துகொள்ள விரிந்தது.

   அண்ணாந்தால்
   கழுவின கதிர்களுடன் வெளியில் சூரியன்.

   (ஸாப்ரிகானுக்கு)
   நவம்பர் 80

சாகத் தவறிய மறுநாள்

சாவதும் ஒரு கலை – எல்லாவற்றையும் போல.

ஸில்வியா ப்ளாத்

கடைசி மாத்திரையை விழுங்கியதும்
மனம் அலைகளடங்கி அமைதியானது
இறப்பு கருணையுடன் நெருங்கியது
இனி
விழிப்பின் அவலங்கள் இல்லை
கண்ணீரோ
ஓயாமல் கசியும் காயங்களோ
அலைக்கழிதலோ இல்லை
பொய்யின் கசப்போ
அழுகிய புன்னகைகளின் துர்நாற்றமோ
நொந்துகொள்வதோ இல்லை
பயமோ
நிரந்தரமாய்க் கவிந்த வெறுமையோ
நேசமற்ற கணங்களோ இல்லை
காலம் வெளி பெயர்கள் இல்லை
மேலாக
வாழ்வின் குமட்டல் இல்லை

மனம் அலைகளடங்கி அமைதியானது
நினைவில் புதைந்த இசை
வெளிப்பட்டுத் ததும்பியது
மனம் அலைகளடங்கி அமைதியானது

காலையில்
ஒளிவந்து அழைக்க எழுந்து
என் கிளிக்குப்
பழங்கள் பொறுக்கப் போனேன் வழக்கம்போல

சந்தோஷம்
துக்கம் என்னும் சலனங்களற்று
சிறுநீர் அடக்கிய அடிவயிறாய்க்
கனத்தது மனம்.

மார்ச் 81

சுவர்கள்

வந்த வழிகளெல்லாம் அடைபட்டன
புறங்கள் நிமிர்ந்து சுவர்களாயின
விவரங்களற்று
அகப்பட்டேன் நான்

வானம் சதுரமாய்ச் சிறுத்தது
இரண்டு எட்டில் கால்கள் திரும்ப
என் உலகம்
நொடியில் சுருங்கியது
மீண்டும் மீண்டும் நானே சுவாசித்துக்
காற்று விஷமாயிற்று

வெளியேற வழியற்றுத் திகைத்தேன்
பறவை நிழல் தரையைக் கடக்க
அண்ணாந்தால்
நீல வெறுமை

ஆதரவுக்காய் அனுப்பிய குரல்
சுவர்களில் மோதிச் சரியும்
வீணாகும் யத்தனங்கள்

தளிர்ப் பச்சைக்கோ
சிரிப்பொலிக்கோ
மழைத்துளிக்கோ
பூக்களுக்கோ ஏங்கும் புலன்கள்

நாள்தோறும் சுவர்கள் வளரக்
கையளவாகும் வானம்
சுதந்திரம் நகர்ந்து போகும்

கதவுகள் இல்லையெனினும்
வெளியைக் காண
சுவருக்கொரு ஜன்னலாவது அனுமதி –
நிச்சயம் வெளியேறி விடுவேன்.

ஜூன் 81

மலைநகரத்தில் நாள்

நான் போகுமிடங்களில்
மலைகள் காத்திருக்கின்றன – அல்லது
மலைகள் இருக்கும் இடங்களுக்கே
நான் போகிறேன்

காலம் உறைந்த தூண்பாறைகள்
கிளிகள் மொய்க்கும் சரிவுகள்
அடிவாரத்தில்
மரணத்தை உச்சரித்து நகரும் பாதரச நீர்க்கோடு

காற்று
நகரப் புகைகளற்று வந்து
விரல்களைக் கோர்த்துக்கொள்ளும்
மரங்கள்
இலைக்குரலில் நலம் விசாரிக்கும்
சுமைதூக்கி வரும் மனிதன்
துயர் படிந்த என்போல் கண்களுடனும்
எனக்காய் ஒரு புன்னகையுடனும்
கடந்து போவான்

அலறும் காலிக் குடங்களுடன் பெண்கள்
நிழலில் பதுங்கிய வாழ்க்கைப் பயங்களை
இழுத்துக்கொண்டு சிறுவர்கள்
(சொந்த இடங்களில் ஒளித்துக்கொள்ளும்)
சிறகுகளை
உற்சாகமாய் அசைத்துக் கொண்டு பிரயாணிகள்

ஒரு சாயங்காலம் முடிவடைகிறது;
யூகலிப்டஸ் மரங்களுக்குப் பின்னால்
அறுபட்ட தலையென மறையும் சூரியன்
ரத்தம் சிதறி
இருளுடன் குழம்பும் ஏரி

மலை – ஒரு உன்னதம்
பயணம் – ஒரு போராட்டம்

எனினும்
மனச் சுவரில் இடையறாது கசியும்
ராகத்தின் கீற்றை நினைவுறுத்திப் பறக்கும்
மஞ்சள் மூக்குப் பறவை இருக்கும்
எங்கேயும்.

ஏப்ரல் 83

பின்மனம்

சிலசமயம்
பெருங்காற்றுக்கும் பயப்படாமல் ஒரு இலையுதிர்கால மரம்போல
(கிளைகளில் சொற்களாய்த் தளிர்த்து மிரள்வேன் பின்பு)

சிலசமயம்
வரும்போகும் கால்களில் மிதிபட
டீக்கடைக்காரன் உலரப்போட்ட ஈரச்சாக்குபோல
(பரிவற்று வறண்டும் போவேன் பின்பு)

சிலசமயம்
பிரயாண நோக்கங்கள் துறந்த இலவஞ்சிறகுபோல
(மூலைச் சிலந்தி வலையின் தனிமையில் தவிப்பேன் பின்பு)

சிலசமயம்
சகல துக்கங்களையும் இறைக்கும் சங்கீதம் போல
(தற்கொலையில் தோற்றவனின் மௌனமாவேன் பின்பு)

சிலசமயம்
கண்ணாடியில் காத்திருக்கும் என் புன்னகை
(கால்களை விழுங்கிய விலங்கின் வாயிலிருந்து
கையுதறி அலறும் குழந்தைமுகம் பின்பு எனக்கு)

மார்ச் 83

அப்போது புத்தகங்கள்

அப்போது
புத்தகங்களும் நம்பிக்கைகளும் என்னைக் கைவிட்டன
எச்சில் இலையில் கிடந்த வாழ்க்கையைப்பற்றி
யோசிக்கத் தொடங்கினேன் புதிதாய்

சொற்பம் கையிருப்பு –
தங்கும் சுவர்களின் பாதுகாப்பற்று
ரயில்வே பிளாட்பாரத்துக்கு விரட்டப்பட்டேன்
காலிவயிற்றுடன்
தூக்கம் புறக்கணித்த நீளமான இரவு
முடியக் காத்திருந்தேன்

சுகுமாரன்

எங்கும் மின்விளக்குகளின் ஊளை
அகண்ட ஸிம்பனியொன்றின் சாயலை நெருடவிட்டு
என்ஜின்கள் பிளிரும் இடையிடையே
ஒரு பேய்க்கனவின்
ஒற்றைக் கண்போல் தொங்கும் கடிகாரம்
கூரையிலிருந்து உதிர்ந்து
ஒளிவிடம் தேடி நகரும்
யந்திர உறுமல்களுக்குப் பழகிய நொண்டிக் குருவி
வயிற்றிலும் கண்களிலும் பசியுடன்
மௌனமாய் நச்சரிக்கும்
அகாலமாய் மல்லிகை சூடிய பெண்
கனவுகள் பொதிந்த சுமைகளுடன்
திசைகளை அடையக் கிடக்கும் பிரயாணிகள்

இருப்பின் துயர்கள் தாளாமல்
முகமில்லாத நண்பன்
சக்கரங்களடியில் கந்தல் சதையானான்
கூக்குரல்
புலம்பல்கள் – பிறகு
நிசப்தம்

பிளாட்பாரத்தில் படிந்தன
சில ரத்தக் காலடிகள் –
சாட்சிகளை நிறுத்திக் கடந்து போனது மரணம்

புத்தகங்களும் நம்பிக்கைகளும் என்னைக் கைவிட்டன
அப்போது.

ஜூன் 83

இன்னும் எலும்புகள்

எனது கதவைத் தட்டிக் கேட்காதே எதுவும்
மரணத்தால் விறைத்திருக்கிறது என் வீடு

நான் உனக்குத் தரும் சொற்களில்
மிருகங்களின் கோரைப்பற்கள் முளைத்திருக்கலாம்
உன்னுடன் பகிர்ந்துகொள்ளும் சிகரெட்டில்
விஷத்தின் துகள்கள் இருக்கலாம்
உன்னுடைய தட்டில் பரிமாறும் உணவில்
சகோதரர்களின் மாமிசம் கலந்திருக்கலாம்
உனக்குத் தயாரிக்கும் தேநீரில்
கண்ணீரின் உப்பு கரைந்திருக்கலாம்

இந்த நாட்கள்
காக்கிநிறப் பேய்களால் நிர்வகிக்கப்படுகின்றன

இன்று
பூக்களும் பறவைகளும் குழந்தைகளின் புன்னகைகளும்
பெண்களும் எரிந்து போயினர்
உறுப்புகள் வெட்டப்பட்டவர்களின் குரல்கள்
வெளிகளில் தடுமாறுகின்றன
பிணங்களின் நடுவில் நொறுங்கும்
புத்தனின் மண்டையோட்டிலிருந்து
கழுகுகள் அலறுகின்றன

சுகுமாரன்

கடவுள் மொழி இனம் என்று
துருப்பிடித்த தகரத்தால்
உன் தொண்டையை அறுப்பது சுலபம் – இன்று
மனிதனாக இருப்பது குற்றம்

பூமி – எலும்புக் கூடுகளின் தாழ்வாரம்
(எலும்புகள் இன்னும் குவிகின்றன)
காற்று – வெடிமருந்துப் புகைகளின் கிடங்கு
(புகைகள் இன்னும் அடர்கின்றன)
மணலில் பதியும் ஒவ்வொரு சுவடிலும்
ரத்தமும் சீழும் படிகின்றன

சிலந்திகள் பின்னிய வலையில்
சரித்திரத்தின் ஆந்தைக் கண்கள் வெறுமையாய் உறையும்
துயரங்கள் விடிவின்றி நீளும்
கறை – நம் எல்லோர் கைகளிலும்

எனது கதவைத் தட்டிக் கேட்காதே எதுவும்
இன்று
மனிதனாக இருப்பதே குற்றம்.

ஜூலை 83

வெளியில் ஒருவன்

ஒன்று :
பாதுகாப்பற்றது வெளி –

பயந்து
அடைக்கலம் என்று வந்தால்
யாருடையதோபோல வரவேற்கும் வீடு
நுழைந்ததும்
நினைவுகள் நகம் வீசிக் குதறும்
அப்பாவின் சாராயக்குரலில் கிளர்ந்த பாம்புகள்
தரை வெடிப்புகளிலிருந்து நெளியும்
காலம் தின்று வெறுமையானது
அம்மாவின் புன்னகை
சுவர் மூலைகளில் தொங்கும் பசி
குழந்தைகளின் கண்களில் பதற்றம்
உறவுகள் அறுத்தெடுத்த இதயத் தசை மேஜையில் கிடக்கும்
இன்னும் ரத்தம் கசிய
உடம்பை மூட்டியவள்
முத்தமெனச் செதுக்கிய காயங்களில் சீழ்வடியும்
இறந்த எனது கடவுளின் மலநாற்றம்
கண்ணாடிச் சட்டத்தை நொறுக்கும்
இருப்பின் துயர்
எறியும் என்னை வெளியில்

இரண்டு :
பரிவில்லாதது வீடு –

வெளிக் காற்றில் ஏராளம் விஷம்
சோகை பிடித்த தாவரங்கள்
நீர்நிலைகளில் சாகும் பறவைகள் மிருகங்கள்
பிச்சைக்காரியின் ஒடுங்கிய குவளையில்
சரித்திரம் கெக்கலிக்கும்
தேசக் கொடிகளின் மடிப்பவிழ்ந்து
எங்கும் பொய்கள் கவியும்
ஒன்று அல்லது மற்றொன்று –
விலங்குகளை இழுத்து நகரும் மனிதர்கள்.

மூன்று :
திசைகளில் அலைந்து திரும்பிய பறவை சொல்லிற்று –

மனிதர்கள் எரிக்கப்படுவதை
பெண்கள் சிதைக்கப்படுவதை
குழந்தைகளும் சங்கீதக் கருவிகளும் பிய்த்தெறியப்படுவதை
பூக்களும் கவிதைகளும் மிதிக்கப்படுவதை
'மூலதனத்தின்' பக்கங்கள் ஈரமற்றுப் போனதை
கடவுளின் மகுடத்தைப் பேய்கள் பறித்துக்கொண்டதை
சகோதரர்களுக்குக் கோரைப் பற்கள் முளைத்ததை.

நான்கு :

பாதுகாப்பற்றது வெளி –

தற்கொலைக்கும் துப்பாக்கி முனைக்கும் நடுவில்
நமது வாழ்க்கை
இரண்டு குரோதப் பற்சக்கரங்களுக்கு இடையில்
நமது காலம்
நாம் எதிர்பார்த்திருக்கிறோம்
அணுகுண்டு வெடிப்பின் கடைசி நொடிக்காய்.

ஐந்து :

எனினும்
வயலின் ஸ்வரங்களாய்ப் பொழியும் மழை
தாமிரச் சூரியன்
பறவைகள் பச்சிலைக் காற்று குதூகல முகங்கள்
அக்குளில் சிறகுபொருத்தும் இசை – இவற்றுக்காய்
காத்திருக்கிறது நம்பிக்கை –
பனிப்பாறைகளைப் பிளந்து மூச்சுவிடும் செடிபோல.

ஜனவரி 84

இறந்த எனது கடவுள்

வயோதிக மரத்தைப் போலவோ
புருவங்கள் நரைத்த கிழவனைப் போலவோ
தோற்றம் கொண்டிருந்தார் எனது கடவுள்

குறி விரைக்க அலையும்
மகாமசானப் பிழைப்பில் – இவர்
பயனில்லையெனப்
பரணில் எறிந்தேன்

தெரியாது
என்று இறந்தார்
எனது கடவுள் என்று

ஒருநாள்
படுக்கையில்
நிலைக்கண்ணாடிப் பரப்பில்
அலமாரிப் புத்தகங்களில்
சோற்றுப் பருக்கைகளில்
தம்ளர் விளிம்பில்
ஆடைகளின் மடிப்பில்
நெளிந்தன பிணப்புழுக்கள்

பரண்பொருட்களின் இடையில் சுருங்கிய
எனது கடவுள்
ஒரு பெருச்சாளியின் வயிற்றில் இறந்திருந்தார்

கடவுள் நினைவுகள்
நெருப்பின் நடுவில் எரிந்து போயின
கடவுளை இழந்தது என் காலம்

பயமாய்த் திறந்து கிடந்தது உலகம்
கெக்கலிக்கும் இயந்திரங்கள்
நாய்ப் பாய்ச்சல்
நட்பறுத்த காதுகள்
பதுங்கு குழிகளில் சடலங்கள்
கமறும் வெடிமருந்துப் புகை
(எப்போதாவது
கடவுளின் சாயலில் மனிதர்கள்).

விரல்கள் மழுங்கிய தொழுநோயாளி முகந்த
ஓட்டைக் குவளை நீர் – இந்த வாழ்க்கை

எனது கடவுள் இருந்திருக்கலாம்:
செவிடு எனினும்
புகார்கள் சொல்லிப் புலம்பலாம்
துயர நிமிஷங்களில்
நடுங்கும் கைகளில் முகம்புதைத்துக் குமுறலாம்

எனினும்
முதுகை இறுக்கும் பாறைகளின் கீழ்
ஊன்றி நிமிரப் போதும்
வெறும் கையகல நம்பிக்கை.

மார்ச் 84

சுகுமாரன்

இங்கே இருக்கிறேன்

விசாரிப்புக்கு நன்றி
எறும்புகள் சுமந்து போகும் பாம்புச் சட்டைபோல
நகர்கிறது வாழ்க்கை

சிறகுகளுடன் முட்டைக்குள்ளிருப்பது அசௌகரியம்
யத்தனித்தால்
பறக்கக் கிடைக்கும் வெளியோ
கொசு வலைக்குள் அடக்கம்

தைத்த அம்புகளைப்
பிடுங்கி விடுகிறேன் அவ்வப்போதே
ஆனாலும்
வலிகள் இதயத்தின் தசையைக் கிழிக்கின்றன

இப்போது அன்பு –
ஊதாரிப் பிள்ளை வீடு திரும்பக் காத்திருக்கும்
கருணையோ

சாகாத பிடிகடுகுக்காய் நடந்த
ஆற்றாமையோ
தொட்டில் இல்லாமல் வந்த குழந்தைக்கு
சவப்பெட்டி வாங்கக் காசில்லாத
தவிப்போ அல்ல

இப்போது அன்பு –
சவரக் கத்தியின் பளபளக்கும் கூர்முனை

யதார்த்தம்
கழைக் கூத்தாடியின் வளையத்தில் சிக்கிய
உடலாய் நெளிகிறது

எனினும்
இங்கே இருக்கிறேன் நான்:
துயர் தாளாமல் சிந்தும் கண்ணில் ஈரமாய்
தாமதமாகும் ரயிலுக்குக் காத்திருப்பவனின் பதற்றமாய்
சிகரத்தை அடைந்த சுருதியின் சிலிர்ப்பாய்
தற்கொலையில் தோற்றவனின் மௌனமாய்...

ஏப்ரல் 84

உதகமண்டலம்

சரணாலயத்துக்கு வரும் பறவைபோல
இந்த மலைநகரத்துக்குத் திரும்பத்திரும்ப வருகிறேன்

பருவெடித்த மனித முகமாய்
மாறியிருக்கிறது இந்த நகரம்
எனினும்
தைல வாசனையுள்ள காற்றுகளில்
கரைந்திருக்கிறது என் இளமை நினைவுகள்

வலுவற்றது
ஆயிரம் வருடக் களிம்பேறிய என் கைமொழி
உன் பிரியத்தைச் சொல்ல

ஊதாநிற மேமலர்கள் சிதறிய வழிகளில்
கதைகள் சொல்லி நடந்த நீ
நீர் கசியும் பாறைகளின் இடையே நீளும்
இருப்புப் பாதைகளில் மனிதர்களைச் சொன்ன நீ
இங்கே இல்லை

பறக்கும் கழுகின் கால்களில் சிக்கிய
துடிக்கும் இதயம் நான்

முலைகள் தொய்ந்த நீ –
புழுக்களின் எச்சம் மட்கிய அரசாங்கக் காகிதங்கள்
விளிம்புகள் ஒடுங்கிய கரிப்பாத்திரங்கள் அல்லது
உன் குழந்தையின் மூத்திரத் துணிகளுடன்

எளிமையானது உன் அன்பு
நடு ஆற்றில் அள்ளிய தண்ணீர்போல.

(ஸுமதிக்கு)
ஏப்ரல் 84

காலி அறை

சொல்லித் தந்ததோ
கற்றுக் கொண்டதோ போல இல்லை
வாழ்க்கை – அது
குழந்தைக் கதையில் மந்திரவாதி எங்கோ ஒளித்து வைத்த
உயிர்

சில புத்தகங்கள்
சில நினைவுகள்
காயங்களில் தடவிக்கொள்ள மருந்து தரும் இசை யந்திரம்
வியர்வை நாறும் சட்டைகள்
உறவுகளின் பதிவுகள்
எல்லாமிருந்தும் காலியாகவே இருக்கிறது அறை

தலையிலிருந்து முதுகெலும்பு வழியாக
நேராக வெட்டப்பட்டப் பிணம் நான்
ஒரு கிளியாய்ப் பறந்து
சுவர்களில் மோதுகிறது உயிர்

பூட்டப்பட்ட பெட்டியில்:

 பிழைப்புக்காய்த் தயாரித்த முகம்
 அடிபட்டுக் கன்றிய புன்னகை
 இறந்த கடவுளின் மண்டையோடு
 சீட்டுப் போட்டுப் பகிர்ந்த அங்கி
 நம்பிக்கையின் புல்லாங்குழல்
 பிரியத்தைச் சொன்னவளின் வாழ்த்து அட்டை

எல்லாமிருந்தும் காலியாகவே தெரிகிறது அறை

பூக்களில் வழியும் ரத்தத்துக்கும்
துடைக்க நீளும் சுட்டுவிரலுக்கும்
இடையில்
பறந்து தடுமாறுகிறது கிளி.

ஏப்ரல் 84

சுகுமாரன்

கோடைகாலக் குறிப்புகள்

1

எல்லாப் புன்னகைகளும் மண்டையோட்டின்
                                    முகத்தில் ஒட்டப்பட்டவை
எல்லா உறவுகளும் உலோகக் கம்பிகளால் பின்னப்பட்டவை
எல்லா வழிகளும் குரோதமுனையுள்ள கற்களால் பாவப்பட்டவை
எல்லா நட்புகளும் துவேஷத்தில் முடிவடைபவை
எல்லாக் கடவுள்களும் சூதாட்டத்தில் என்னைத் தோற்கடிப்பவை

நான் போன ஊரில்
நதி வறண்டு போய்க் கிடந்தது

பட்டறைச் சாயம் கலங்கிய சேற்றில்
அழுகிய பூக்கள்
மரணம் உடைத்த மண்குடம்
நொறுங்கிய வளையல்கள்
முட்புதரில் ரத்தம் படிந்த பெண்ணின் உள்ளாடைகள்
கரை வெயிலில் இறந்த மீனின் எலும்புகள்
அரைகுறையாய்ப் புதைக்கப்பட்ட அனாதைப் பிணம்

நதி
காலத்தின் உருவகம் என்றால்
நாம் வாழும் காலம் – சிதிலங்களின் மைதானம்

சுகுமாரன்

2

ஒரு பிரம்மாண்ட சிலந்திபோல
கான்கிரீட் காடுகளுக்கு மேல் அசைகிறது சூரியன்
வெயில்
எலும்புகளுக்குள்ளும் நுழைந்து கருணையைக் கொல்கிறது
என் நம்பிக்கைகள் வற்றிக்கொண்டிருக்கின்றன

பறவைகள் உலர்ந்த குரலில் புலம்புகின்றன
காலிக் குடங்கள் அலறுகின்றன
கோபத்துடன் நிமிரும் கைகளில் விலங்குகள் பளபளக்கின்றன
வயிற்றலடிக்கப்பட்டவர்களின் ஊர்வலங்கள் நகர்கின்றன
தார்ச்சாலை உருகிப்
பாரவண்டிக்காரனின் கால்கள் புதைகின்றன

காற்றைக் கடந்தன யாருடையதோ சொற்கள்:
'கொடுமையானது
இந்தக் கோடைக் காலம்.'

இல்லை
எப்போதும் நாம் வாழ்வது கோடைக் காலத்தில்.

3

இரண்டு ரொட்டித் துண்டுகளின் நடுவிலிருந்து
தொடங்கியது இன்றைய அலைச்சல்

நான் தட்ட விரல் மடித்த கதவு பூட்டியிருந்தது
நான் வந்த வழிகளின் வேலிகள் பற்றியெரிந்தன
நான் முறையிட்ட காது அறுத்து எறியப்பட்டிருந்தது

எனக்குக் கிடைத்தவை:
புன்னகையின் பொய்கள்
தோல்வியின் கசப்புப் பானம்
அவநம்பிக்கையின் வாக்குறுதிகள்

நண்பா –
திரும்பிப் போக முடியுமா?
சங்கீதம் மௌனத்துக்கு
பறவைகள் முட்டையின் பாதுகாப்புக்கு
மரங்கள் விதையின் உறக்கத்துக்கு – நாம்
தாயின் கருப்பையின் பரிவுக்கு

எரியும் இந்த உலகம் விரட்டுகிறது.

4

அப்பா
உன்னுடைய மனிதமுகம் கழன்று
கழுதைப் புலியாகி நெடுநாட்களாயிற்று

எனக்கு மூலம் நீதான்
எனினும்
பறவைகள் ஒருபோதும் முட்டைக்குத் திரும்புவதில்லை

என் சிறகுகளை அறுக்க வாளோங்கியவன் நீ
நான்
வாள் முனையில் காலுதைத்துப் பறக்கத் தொடங்கியவன்
என் சங்கீதத்தின் ஊற்றை அடைத்தவன் நீ
எனினும்
ரத்தத் துடிப்புகளுக்கு இடையில் அது எதிரொலிக்கிறது

உன் போதையும் புறக்கணிப்பும் பொறுப்பின்மையும்
நிராதரவாய் உன்னைக் கொல்லலாம் ஒருநாள்
நான்
வெறும் வழிப்போக்கனாய்ப் போகலாம்

எனக்கு உன்னிடம் பகையில்லை
அன்பைப் போலவே.

5

இன்று எங்கும் போவதற்கில்லை
வெளியில் கதிர்க்கொள்ளிகள் உதிர்கின்றன

இன்று கூடுபாயக் கிடைத்தவை:
சூரியனுடன் தேநீர் பருகியவனின் காதல் கடிதங்கள்[1]
மரணத்தின் பீடபூமிக்குப் போக அம்மாவிடமும் தோழியிடமும்
விடைபெற்றவனின் கவிதை[2]
வயலினிலிருந்து பெருகிய நதியில் மிதந்த
தோணியில் ஒரு இடம்[3]

எங்கோ
மழைக்காகக் காத்திருக்கிறது வெடித்துப்போன நிலம்.

ஏப்ரல் – ஜூலை 84

---

1 மயாகாவ்ஸ்கியின் காதல் கடிதங்கள்

2 இருபத்தொன்றாம் வயதில் தற்கொலை செய்துகொண்ட மலையாளக் கவிஞன் சனில்தாஸ். ஸீ.எச்.

3 லால்குடி ஜெயராமனின் இசைத்தட்டு – மத்யமாவதி ராகம்.

6 ஜூலை 1984

இன்று எனக்காகக் காத்திருந்தது
என் பிரியமான மனிதர்கள் மட்டுமல்ல –
மரணத்தின் கெக்கலிப்பாய் ஒரு கடிதமும்

அவ்வாறாக
ஒரு கவிஞனின் வாழ்க்கை கிணற்றில் மூழ்கி
முடிவடைந்தது

காட்சி முடிந்த அரங்கில்
நாற்காலிமீது விடுபட்டுப்போன புத்தகம்போல
அவன் கவிதை

'ஸ்ரீசக்ர ராஜ சிம்மாசனேச்வரியில்' மிதந்த*
அவன் முகம்
புறப்பட்ட ரயில் பெட்டிச் சதுரத்தில்
புன்னகையுடன் கையசைத்துப் பின்தங்கிய
அவன் முகம்
இனி உறைந்த படங்கள்

ஒரு பரந்த நிலம் காத்திருந்தது
அவனுடைய ரோஜாப் பதியன்களுக்காக –
இனி வெடிப்புறும் அந்த நிலம்
நொந்து புலம்பும் ஒரு வாய்

கடந்து போனதற்கும்
எதிர்காலத்துக்கும் நடுவில்
இந்த நாள் ஒரு கசியும் காயம்.

ஜூலை 84

---

* ஆத்மாநாம் விரும்பி ரசித்த ராகமாலிகை ஒன்றின் தொடக்கம்

சுகுமாரன்

கையில் அள்ளிய நீர்

அள்ளி
கைப்பள்ளத்தில் தேக்கிய நீர்
நதிக்கு அந்நியமாச்சு
இது நிச்சலனம்
ஆகாயம் அலைபுரளும் அதில்
கை நீரைக் கவிழ்த்தேன்
போகும் நதியில் எது என் நீர்?

ஏப்ரல் 81

கனவுக் கவிதை

என் போலிருந்த இருவர் பேசுவதைக்
கனவு கண்டேன்
அருகில் போக
அவர்களும் கனவு ஒன்றை
விவாதிக்கக் கண்டேன்
ஆனால்
சொன்னவன் ஊமை
கேட்டவன் குருடன்.

ஏப்ரல் 81

கோடை[க்] காலப் பின்குறிப்புகள்

1

இருபது கவிதைகள், ஆல்பெர் காம்யுவின் இரண்டு வாக்கிய மேற்கோள், கவிஞர் பிரம்மராஜனின் நான்கு பக்க முன்னுரை, தமிழகத்தின் முக்கிய ஓவியர் மூவரின் கோட்டோவியங்கள் – இவற்றுடன் நாற்பத்தியெட்டு பக்க ஒல்லிப் புத்தகமாக 1985 மார்ச் மாதம் என் முதலாவது கவிதைத் தொகுப்பு ‘கோடைகாலக் குறிப்புகள்’ வெளியானது. இந்தத் தொகுப்புதான் என் கவித்துவ இருப்பை நிறுவியது. அதிலிருந்ததைவிடப் பல மடங்குக் கவிதைகள் வெளிவந்த பின்னும் முதல் தொகுப்பை வைத்தே இன்றும் அடையாளம் காணப்படுகிறேன் என்பது நிறைவை யும் சற்று வருத்தத்தையும் தருகிறது. எனினும் இந்தத் தொகுப்பு அளித்த அந்தரங்க மகிழ்ச்சியை இதைவிட மேலான வடிவமைப்பிலும் நேர்த்தியிலும் வெளியான பிந்தைய தொகுப்புகள் அளிக்கவில்லை.

2

சென்னையிலிருந்து லாரி மூலம் கோவைக்கு அனுப்பப்பட்ட புத்தகக் கட்டை எடுக்கப் பார்சல் அலுவலகம் சென்றிருந்தேன். பெரிய சிறிய இயந்திர உதிரிப் பாகங்களும் பம்பு செட்டுகளும் இயந்திர மாவரைப்பான்களும் தட்டுமுட்டுச் சாமான்களும் உலோகக் கம்பிச் சுருள்களும் இன்ன பிற அசையாப் பொருட்களும் நிரம்பிய கிடங்கின் ஒரு மூலையில் கவிதை நூலின் பிரதிகள் கட்டவிழ்ந்து சிதறிக் கிடந்தன. கொஞ்சம் கொஞ்சமாகத் திரட்டி உருக்கொடுத்த கனவு சிதறுண்டு கிடந்ததுபோலிருந்தது. பார்சல் அலுவலக மேலாளரிடம் (பெண்) புகார் சொன்னேன். நிறைய சரக்குகள் ஏறி இறங்குமிடத்தில் இதெல்லாம் சாதாரணம். தாங்கள் பொறுப்பேற்பதற்கில்லை. கட்டுப் பிரிந்திருக்கிறது. ஆனால் புத்தகங்களுக்கு நாசம் எதுவும் சம்பவிக்கவில்லையே என்று சாக்கும் ஆறுதலுமாகச் சொன்னார். சிதறிய கனவுத் துண்டுகளைத் திரட்ட அவரும் உதவினார். ஒரு புத்தகத்தை

எடுத்து இருக்கையில் உட்கார்ந்து வாசிக்க ஆரம்பித்தார். நான் பிரதிகளைச் சேகரித்து எண்ணிச் சரிபார்த்துக் கட்டி முடிப்பதற்குள் சில கவிதைகளை வாசித்து முடித்திருந்தார். புத்தகக் கட்டை வாசலில் கொண்டுபோய் வைத்துவிட்டு அவரிடம் ரசீதை ஒப்படைத்தபோது என் முதல் தொகுப்பின் முதல் வாசகரைக் கண்டேன். முதலாவது வாசகக் கருத்தைக் கேட்டேன். "ஏன் சார், வாழ்க்கை அவ்வளவு சோகமாகவா இருக்கிறது? கொடுமையாக எழுதிவைத்திருக்கிறீர்கள்?" பதில் சொல்லாமல் கட்டைத் தூக்கித் தோளில் சுமந்துகொண்டு இறங்கினேன்.

புத்தகத்துக்கு முதலாவது விமர்சனக் கருத்து நண்பர் அரசுவிடமிருந்து வந்தது. அவர் பள்ளியில் முதுநிலைத் தமிழாசிரியர். "என்ன தலைப்பு இது? கோடை காலம் என்று எழுதுவது பிழை. நிலைமொழி ஈறு உயிராக, வருமொழி முதலில் உயிரே வரின் அங்கே மெய் இரட்டிக்கும்' என்பது நன்னூல் சூத்திரம். அதன்படி கோடைக் காலம் என்று வரவேண்டும்." என்றார். பேச்சு வழக்கில் கோடைக் காலத்தைக் கோடை காலம் என்றே சொல்லிப் பழகியதன் விளைவு அது. எனினும் பிழை நெருடியது. தலைப்பாக அமைந்த கவிதை நேரடியாகப் புத்தகத்தில் சேர்க்கப்பட்டது. எந்தப் பத்திரிகையிலும் வெளிவராதது. வந்திருக்கு மானால் யாராவது அந்தப் பிழையைச் சுட்டிக்காட்டியிருக்கலாம். திருத்தியிருக்கலாம். புத்தகம் வெளியான பிறகு என்ன செய்ய? பிழையை அப்படியே விட்டுவிடத் தீர்மானித்தேன். இலக்கணப் புலமை மிகுந்தவர்கள் கேட்டால் எப்படிச் சமாளிப்பது என்று மனதுக்குள் அலசிக்கொண்டிருந்தேன். புத்தகம் வெளிவந்து அறிஞர்களும் புலவர்களும் விமர்சகர்களும் வாசித்தும்கூட, நண்பர் அரசுவைத் தவிர வேறு யாரும் இந்தப் பிழையைச் சுட்டிக் காட்டவில்லை. அதனால் பிழைக்கு ஓர் அங்கீகாரம் கிடைத்துவிட்டதாகவே எடுத்துக்கொண்டேன். பத்து ஆண்டுகளுக்கு முன்பு இரண்டாம் பதிப்பும் அன்னம் வெளியீடாக 'க்' இல்லாமல்தான் வந்தது. தலைகீழாக அச்சடிக்கப்பட்ட தபால் தலை போலவோ ரிசர்வ் வங்கி கவர்னரின் கையொப்பமில்லாமல் அச்சிடப்பட்ட நாணயத் தாள்போலவோ அபூர்வமானது என்று ஆறுதல் சொல்லிக்கொண்டேன். இந்த முதல் தொகுப்புக்கு இன்னும் ஒரு பதிப்பு வரும் நல்லூழ் வாய்க்குமானால் அந்த அபூர்வப் பிழையுடனேயே வெளியிடுவது என்றும் உறுதி எடுத்துக்கொண்டேன். இந்தப் பதிப்பும் அந்த உறுதி மாறாமல்தான் வெளியாகிறது.

3

'கோடைகாலக் குறிப்புகள்' என்னுடைய முதலாவது புத்தகம். இருபத்தியெட்டாம் வயதில் வெளியானது. அதற்கும் பத்து வருடங்களுக்கு முன்பே ஒரு புத்தகம்

வெளியாவதற்கான முயற்சிகள் நடந்தன. என்மீது மிகுந்த அன்புகொண்டிருந்த என் பள்ளியாசிரியர் சோமுசார் அதற்கான ஏற்பாடுகளைச் செய்தார். அவருக்கிருந்த தொழிற்சங்கப் பணி நெருக்கடியால் அது நிறைவேறாமல் போனது. நல்லவேளை அது வெளியாகவில்லை. ஒருவேளை வெளிவந்திருக்குமானால் அது தந்திருக்கக்கூடிய தாழ்மையுணர்ச்சியிலிருந்து விடுபட இன்னொரு ஜென்மம் எடுக்கவேண்டியிருந்திருக்கும். ஏனெனில் அவை செய்யுள்கள். பள்ளிப் பருவத்தில் தமிழில் ஆர்வமேற்பட்டுக் கிறுக்கிய வரிகளில் ஆசிரியர்கள் ஒரு கவிஞனைக் கண்டு ஊக்குவித்தார்கள். அந்த ஆர்வம் அன்று கவிதை என்று நம்பிய அல்லது நம்பவைக்கப்பட்ட வடிவங்களில் நிறைய எழுதக் காரணமாக இருந்தது. பள்ளி இறுதி வகுப்பை எட்டும் முன்பே நூற்றுக்கணக்கான சரக்குகள் கைவசமிருந்தன. பாடப் புத்தகச் செய்யுள் பகுதியில் இடம்பெற்றிருந்த செய்யுள் ஒன்றை அடியொற்றி நானாக ஒரு செய்யுளை யாத்தேன். பள்ளி நூலகத்தில் படித்த கௌதம புத்தரின் வாழ்க்கைக் கதையில் ஒரு காட்சிதான் செய்யுளின் கரு. 'சந்தன மரங்கள் வளைந்தாடிச் சாக்கியர் புகழ் பாடும்' என்று அதில் ஒரு வரி. தமிழாசிரியர் புலவர் மருதவாணன் அந்தச் செய்யுளை அக்கக்காகப் பிரித்து அதன் வெறுமையைச் சுட்டிக்காட்டினார். குறிப்பாகப் பிழைகாரணமாக இன்றும் மறக்க முடியாமலிருக்கிற மேற்சொன்ன வரியை. அந்த வரியைப் போலவே அவர் கொடுத்த அறிவுரையையும் மறக்க முடியவில்லை. அந்த உரையாடல் பின்வருமாறு:

"நீ எப்போதாவது சந்தன மரத்தைப் பார்த்திருக்கிறாயா?"

"இல்லை, அய்யா."

"பிறகு அது வளைந்தாடுவது உனக்கு எப்படித் தெரியும்?"

"தெரியாது, அய்யா."

"பிறகு அது சந்தன மரமா இல்லை சீழ்க்கையடிக்கிற மரமா? அது எப்படிப் பாடும்? எந்த மரமாவது பாடிக் கேட்டிருக்கிறாயா?"

"இல்லை, அய்யா. சும்மா ஒரு கற்பனை."

"இது கற்பனை இல்லையடா, பொய்!"

"கவிதையே பொய்தானே அய்யா?"

"எவன் சொன்னான்? கவிதையின் பொய் மெய்யானது. நீயே அப்படி எழுதியிருக்கிறாய். சித்தார்த்தன் மெல்லத் திறந்த கதவு புகார் மொழியில் முனகியது. நீதானே எழுதினாய்? அது பொய்தான். ஆனால் கவிதைக்குள் மெய். அந்த வரியை வைத்து ஏன் கதவுத் தாழ்ப்பாளுக்கு ஒரு சொட்டு எண்ணெய்

விடவில்லை என்று கேட்கலாம். இந்த வரி அப்படிக் கேட்கச் செய்யாது. அதில் ஒரு மெய் இருக்கிறது. சொல்வது விளங்குகிறதா?"

முழுவதுமாக விளங்கவில்லை. ஆனால் கவிதை பற்றிய மர்மத்தின் ஏதோ முடிச்சு அவிழ்கிற ஓசையை உணர முடிந்தது. அந்த உணர்வு பின்னாட்களில் பயன்படுத்திய எழுத்து முறைக்கு ஆரம்பப் பாடமாக இருந்தது. நான் உணராத ஓர் உணர்வை, அறிவுசார்ந்தும் உணர்வுசார்ந்தும் நான் அடையாத ஓர் அனுபவத்தைக் கவிதையில் இட்டு நிரப்பக் கூடாது என்ற எச்சரிக்கையை அந்தப் பாடம் கற்றுக்கொடுத்தது. அதுவரை யாத்த எல்லாவற்றையும் குப்பைக் கூடைக்கு அனுப்புகிற துணிவையும் அந்தப் பாடமே கொடுத்தது. இது கவிதையின் உள்ளடக்கம் சார்ந்த கூறு. ஆனால் உருவம் சார்ந்த கேள்விக்கான பதில் கண்டடையப்படாமல் எஞ்சியிருந்தது. அன்று கவிதை என்று பரவலாகக் கற்பிக்கப்பட்டதும் பெருவாரியாக ஏற்றுக்கொள்ளப்பட்டதுமான மரபான செய்யுள் வடிவமல்ல நான் கைக்கொள்ள வேண்டியது என்ற தடுமாற்றத்துடன் இருந்தேன். எனினும் அந்த மரபான வடிவங்களில் தேர்ச்சி பெறுவது என்று தீர்மானித்தேன். புலவர் குழந்தை எழுதிய 'யாப்பதிகாரம்' என்ற நூலை ஊன்றிப் படித்தேன். அதைப்போல யாப்பிலக்கணத்தை அத்தனை எளிதாகக் கற்பிக்கும் வேறு நூல் இன்றுவரையும் இல்லை என்பதை இப்போதும் உறுதியாகச் சொல்ல முடியும். நூலின் ஒரு பகுதியில் ந. பிச்சமூர்த்தியின் 'தாயும் குஞ்சும்' என்ற கவிதையை மேற்கோள் காட்டிக் குறை கூறியிருந்தார். அது கவிதையே அல்ல என்பது புலவரின் வாதம். கூடவே அதை ஒலிபரப்பிய வானொலியையும் 'இத்தகைய பாட்டல்லாப் பாட்டுகளை ஒலிபரப்பும் நிலையிலுள்ளது தமிழ்நாட்டு வானொலி நிலையம்' என்று சாடியிருந்தார். ந. பிச்சமூர்த்தியின் கவிதையைக் கட்டுடைத்து மரபான கலிவிருத்தமாக மாற்றியிருந்தார். உள்ளூர் நூலகத்தில் அகப்பட்ட 'புதுக் குரல்கள்' தொகுப்பிலோ 'காட்டு வாத்து' தொகுப்பிலோ அல்லது இரண்டிலுமோ அந்தக் கவிதையை முழுவதாக வாசிக்க முடிந்தது. மனதுக்குள் சுடர் மின்னியது. அந்த வெளிச்சத்தில் அதுவரை குழப்பத்துடன் பார்த்த பாரதியின் வசன கவிதைகள் புதிய அர்த்தத்துடன் ஒளிர்ந்தன. பிச்சமூர்த்தியின் மரபு மீறிய வடிவத்திலிருந்து நடைமுறையிலிருந்த யாப்பு சட்டகத்துக்குள் புலவர் சொற்களைப் பெய்தபோது எது தப்பியோடியதோ அதுதான் கவிதை என்று கண்டு பிடித்தேன். மனம் கும்மாளமிட்டது. எனது கவிதையின் திசை புலப்பட்டது. என்னைப் புதுப்பித்துக்கொண்டேன். பதினாறாவது வயதில் என் முதல் கவிதை அச்சேறியது.

மரபான வடிவத்தில் சரளமாக எழுதிக் குவித்த அளவுக்கு வேகமாகப் புதுக் கவிதையில் இயங்க முடியவில்லை. காரணம், கவிஞர்களின் நெரிசல். புதிய வடிவம் எனக்கு வசப்பட்டிருந்த எழுபதுகளில் புதுக்கவிதை பெரும் வீச்சைக் கொண்டிருந்தது.

உரைநடையில் கவிதை சாத்தியம் என்ற சலுகை தமிழ் எழுதத் தெரிந்த அனைவரை யும் கவிஞர்களாக மாற்றியிருந்தது. புதுக்கவிதையை அதுவரை தூற்றிக்கொண் டிருந்தவர்களையும் அணி மாறச் செய்திருந்தது. அதன் இலக்கண இறுக்கங்கள் காரணமாக மரபுக் கவிதை கவிஞர்களின் சிறு கூட்டத்தைத்தான் உருவாக்கியது. புதுக்கவிதை ஒரு பெரும் பேரணியைத் திரட்டியிருந்தது. அதில் தனித்துத் தெரிவதுதான் முக்கியமாகத் தோன்றியது. தனக்கு மட்டுமேயான ஒரு கவிதை மொழியில்லாமல் புதுக்கவிதையில் ஒரு கவிஞன் அடையாளம் காணப்படுவதும் நிலை நிற்பு அடைவதும் எளிதல்ல என்ற உண்மை தெளிவானது. அதை அடைவதற்கான தவிப்பு மேலோங்கியது. அன்று என்னை வெகுவாகப் பாதித்த கவிஞர்களான பிரமிள் (படிம உருவாக்கத்துக்காக), பசுவய்யா (உரைநடையின் தர்க்க ஒழுங்குக்காக), எஸ். வைதீஸ்வரன் (நகர வாழ்வின் கூறுகளுக்காக), மலையாளக் கவிஞர் சச்சிதானந்தன் (கவிதைகளின் நீண்ட வரிகளுக்காக), ஸ்பானியக் கவிஞர் செஸார் வயேஹோ (தனி அனுபவமும் சமூக அனுபவமும் கொள்ளும் இணைவுக்காக) ஆகியவர்களிடமிருந்து தப்புவது பெரும்பாடாக இருந்தது. என் அனுபவம், அதற்குப் பொருந்தும் சொற்கள், அவை அமைய வேண்டிய மன வரிசை, அந்த வரிசையின் மொத்தத் தொனி இவற்றைக் கச்சிதமாகக் கொண்ட கவிதை மொழியை வாசிப்பின் மூலமும் எழுதியெழுதிப் பெற்ற படிப்பினை மூலமும் கண்டடைந்தேன். என் வழி திறந்துகொண்டது. அந்த வழியில் உருவான கவிதைகள்தாம் 'இவனும் ஏதோ புதிதாக எழுதுகிறான்' என்ற அங்கீகாரத்தைப் பெற்றுத் தந்தன.

4

எழுபதுகளின் இறுதியிலிருந்து எண்பதுகளின் தொடக்கம்வரை முக்கியமான சிற்றிதழ்களில் தொடர்ந்து பத்துப் பதினைந்து கவிதைகள் வெளியாயின. விவரம் அறிந்தவர்கள் 'நம்பிக்கைக்குரிய கவிஞன்' என்றும் சொல்லியாயிற்று. அடுத்து கவிதைகளைத் தொகுத்துப் புத்தகமாக வெளியிட வேண்டியதுதான். அந்த ஆசையை முதலில் தூண்டிவிட்டவர் ஆத்மாநாம். அவருடைய தொகுப்பு 'காகிதத்தில் ஒரு கோடு' ஏறத்தாழ அந்தச் சமயத்தில்தான் வெளிவந்திருந்தது. ஆனால் மிகவும் தக்கையாக ஒரு நூலை வெளியிடுவது பற்றி எனக்குத் தயக்கமிருந்தது. நானாக வரித்துக்கொண்ட எழுத்துக் கட்டுப்பாடுகள் நிறைய எழுதவும் அனுமதிக்கவில்லை. எழுபத்து மூன்று முதல் எண்பத்தி நான்கு வரையிலான பன்னிரண்டு ஆண்டுகளில் இருபத்தைந்துக்கும் குறைவான கவிதைகளையே எழுதியிருந்தேன். அந்தக் கால அளவில் வெளியான பெரும்பான்மையான கவிதைத் தொகுப்புகள் பக்க அளவிலும்

கவிதை எண்ணிக்கையிலும் சிறியவைதாம். நான்கு பாரங்களுக்கு – அறுபத்து நான்கு பக்கங்களுக்கு – அதிகமாக எந்தத் தொகுப்பும் அநேகமாக இல்லை. எனவே இருபது கவிதைகள் தொகுப்பாக வருவதில் கூச்சப்படத் தேவையில்லை என்று தேற்றிக்கொண்டேன். தலைப்பையும் 'இருபது கவிதைகள்' என்றே வைக்க விரும்பினேன். நண்பரும் மலையாளக் கவிஞருமான பாலசந்திரன் சுள்ளிக்காடின் முதல் தொகுப்பின் தலைப்பு – 'பதினெட்டுக் கவிதைகள்'. அதை நகலெடுத்ததாக ஆகிவிடலாம் என்பதால் ஆசையைத் துறந்தேன்.

நண்பர் சுரேந்திரன் (யுகசிற்பி என்ற புனைபெயரில் கவிதைகள் எழுதியவர். சில ஆண்டுகளுக்கு முன்பு அகாலத்தில் மறைந்தார்) கோவையில் ஓர் அச்சகத்தை நடத்திவந்தார். பிரம்மராஜனின் முயற்சியில் ஊட்டியிலிருந்து வந்த *மீட்சி* சிற்றிதழின் ஆரம்பக் காலம் முதல் இதழின் இருபதோ இருபத்திரண்டோ இதழ்கள்வரை எனக்கும் அதில் சிறு பங்களிப்பு இருந்தது. சில இதழ்கள் யுகசிற்பியின் அச்சகத்தில்தான் உருவாயின. அந்த நாட்களில்தான் தொகுப்புப் பற்றிய திட்டமும் தீட்டப்பட்டது. கையில் காசில்லாத காலம். வெறும் திட்டத்தை வைத்து என்ன செய்ய? யுகசிற்பி ஆதரவுக் கரம் நீட்டினார். புத்தகத்தை அச்சிட்டுத் தருவது தன் பொறுப்பு என்றும் காசு வரும் காலத்தில் கணக்குப் பார்க்கலாம் என்றும் முன்வந்தார். அன்று அவர் தீவிரமாக ஈடுபாடு கொண்டிருந்த வேதாத்திரி மகரிஷியின் அமைப்புக்காகப் புத்தகங்களை அச்சிடுவதில் மும்முரமாக இருந்தார். அதனால் நானே அச்சுக் கோக்கத் தயாரானேன். ஈய அச்சுகளைத் தேடித்தேடி அடுக்கி, தினமும் ஐந்து முதல் பத்து வரிகள்வரை உருவாக்குவதில் தேர்ச்சியடைந்தேன். ஒரு முழுக் கவிதையை நான்கு நாட்களில் கோத்து முடித்ததும் முழுப் புத்தகமே முடிவடைந்தது போலப் பெரும் நிறைவு ஏற்பட்டது. ஒரு வாரப் பயிற்சியில் மரச் சதுரங்களுக்குள் எங்கெங்கே என்னென்ன எழுத்துருக்கள் இருக்கின்றன என்பது அத்துப்படியானது. கைக்கு வேகம் கூடியது. வேலை நேரம் போக மற்ற சமயங்களில் அச்சுக்கோத்து இரண்டாவது வாரக் கடைசியில் இரண்டரை பாரத்தில் புத்தகத்தையே முடித்துவிட்டேன். பகுதி நேரமாக அச்சகத்தில் வேலை பார்க்கலாம் என்று நம்புமளவு உற்சாகம் திரண்டது. அந்த உற்சாகத்தில் *மீட்சி*யின் முதலாண்டு நிறைவு இதழில் (அக்டோபர் – நவம்பர் 1984) 'விரைவில் வெளிவருகிறது – சுகுமாரனின் கவிதைத் தொகுதி – கோடைகாலக் குறிப்புகள் – ப்ரதிபா பதிப்பகம், கோவை' என்று ஒரு விளம்பரத்தையும் வெளியிட்டேன். பிரம்மராஜன் வெளியிட்டார் என்பதுதான் சரி.

யுகசிற்பியும் அவர் மனைவியும் இரவு பகலாகப் பணிபுரிந்து உருவாக்கிய மகரிஷியின் புத்தகம் பொருளாதார இழப்பையும் கடனையும் சுமத்தியது. அச்சகம் நொடித்துப்போனது. என்னுடைய தொகுப்பும் கைவிடப்பட்டது.

அதற்கு முந்தைய ஆண்டுதான் நண்பர் விமலாதித்த மாமல்லன் தனது முதலாவது சிறுகதைத் தொகுப்பு – 'அறியாத முகங்க'ளைச் சொந்த வெளியீடாகக் கொண்டுவந்திருந்தார். அதில் பெற்ற பட்டறிவில் பிரமிளின் 'ஸ்ரீலங்காவின் தேசியத் தற்கொலை' கட்டுரை நூலையும் அச்சியற்றி வெளியிட்டிருந்தார். இரண்டும் நேர்த்தியான தயாரிப்புகள். இவை இரண்டையும் வெளியிட்ட அனுபவத்திலேயே மாமல்லன் புத்தகத் தயாரிப்பில் விற்பன்னராகியிருந்தார். "காசைத் தயார் செய். கையெழுத்துப் படியைக் கொடு. புத்தகமாக்கித் தர நானாச்சு" என்று அபயக் கரம் நீட்டினார். இறுகப் பற்றிக்கொண்டேன். ஆனால் காசு? கறார்ப் பேர்வழியான மாமல்லன் விலாவாரியாகச் செலவுக் கணக்கை எழுதியனுப்பியிருந்தார். புத்தகத் தயாரிப்புச் செலவு ரூபாய் ஆயிரத்து எண்ணூறு. இதர செலவுகள் ரூபாய் இருநூறு. ஆக மொத்தம் ரூபாய் இரண்டாயிரம்.

அம்மாவின் கம்மலை அடகுவைத்து ஐந்நூறு ரூபாய். (அந்தக் கம்மல் திரும்ப அம்மாவின் காதுகளில் குடியேறவில்லை.) என் விற்பனைப் பிரதிநிதி வேலையில் தினப்படிகளைச் சேர்த்துவைத்துக் கிடைத்த அறுநூறு ரூபாய். ஆக ஆயிரத்து நூறு ரூபாயைத் திரட்ட முடிந்தது. என்னிடம் பிரியமாக இருந்த தோழி மீதித் தொகையை நன்கொடையாகக் கொடுத்தார். டிசம்பர் மாத இறுதியில் திட்டச் செலவுடன் சென்னைக்குச் சென்று பிரதியையும் பணத்தையும் மாமல்லனிடம் ஒப்படைத்தேன். கோவையில் அன்று நண்பர்களுடன் இணைந்து நடத்திக்கொண்டிருந்த 'தர்சனா' திரைப்படச் சங்கத்தின் பெயரைத் தக்கவைத்துக்கொள்ளும் எண்ணத்தில் பதிப்பகத் துக்கும் 'தர்சனா பப்ளிகேஷன்ஸ்' என்று பெயரிட்டிருந்தேன். முன்னுரை மட்டும் பாக்கி. அதை பிரம்மராஜன் எழுதுவதாக ஒப்புக்கொண்டிருந்தார். "சீக்கிரம் வாங்கி அனுப்பிவிடு" என்று மாமல்லன் முன்னெச்சரிகையும் விடுத்தார். ஓவியர் ஆதிமூலம் அவருடைய சில கோட்டோவியங்களையும் ஆர்.பி. பாஸ்கரன், வரதராஜன் ஆகியவர் களின் தலா ஒரு கோட்டோவியத்தையும் கொடுத்தார். சென்னை திருவல்லிக்கேணி ராஜேஸ்வரி அச்சகத்தில் அச்சிட ஏற்பாடானது. கையெழுத்துப்படியைக் கொடுத்ததும் ஆதிமூலத்தின் பெசன்ட் நகர் வீட்டுக்குச் சென்று படங்களை வாங்கியதும் அவற்றுக்கு 'அச்சுக்கட்டை' (பிளாக்குகள்) தயார் செய்து அனுப்பியதும்தான் என் தொகுப்புக்கு நான் செய்த பங்களிப்பு. மற்றதெல்லாம் மாமல்லன் உபயம்.

பிரதியை அசசகத்தில் கொடுத்த பின்னர் மாமல்லன் "முன்னுரை எங்கே?" என்று நான்கைந்து அஞ்சலட்டைகளில் துளைக்க ஆரம்பித்தார். பிரம்மராஜனைத் தொந்தரவு செய்ய சங்கோஜப்பட்டுக்கொண்டு நானே "நாளை அனுப்புவேன். இன்னும் இரண்டு நாளில் அனுப்பிவிடுகிறேன்" என்று பதில் அட்டைகளை அனுப்பி வந்தேன். "அச்சுக் கோப்பு முடிந்துவிட்டது. இன்னும் இரண்டு நாளில் வரவில்லை

என்றால் முன்னுரையில்லாமலே புத்தகம் வரும்" என்று அச்சுறுத்தினார். நல்ல வேளையாக, அந்த அட்டை அஞ்சலில் வந்த அன்றே ஊருக்குப் போக மலையிறங்கி வந்த பிரம்மராஜன் முன்னுரையைக் கொடுத்துவிட்டுப் போனார். மெல்லிய வெள்ளைத் தாளில் நான்கு பக்கங்களில் தெளிவாக எழுதப்பட்டிருந்தது. அதை வாசித்து முடித்தபோது அடைந்த நெகிழ்ச்சியும் பெருமிதமுமான மனநிலை விவரிப்புக்கு அப்பாற்பட்டது. நான் உள்ளுணர்வு மூலம் அடைந்திருந்த கவித்துவ சாத்தியங்களை அவர் இனங்கண்டிருந்தார். நட்பின் இதமும் புரிந்துகொள்ளலின் வெளிச்சமும் கலந்த அந்த வரிகள் என் செயலில் என்னை நம்பிக்கைகொள்ளச் செய்தன. அந்த உணர்வுக்கு மதிப்பளிக்கும் விதமாக 'இனி என்னுடைய எந்தப் புத்தகத்துக்கும் வேறு யாரிடமும் முன்னுரை வாங்குவதில்லை' என்ற தீர்மானத்தை மேற்கொண்டேன். பதினேழு வருடங்கள் கடைப்பிடித்த உறுதி 2002இல் நான்காவது கவிதைத் தொகுப்பான 'வாழ்நிலம்' அச்சிலிருந்தபோது தளரப் பார்த்தது. அந்தத் தொகுப்புக்காகக் கவிஞர் வ.ஐ.ச. ஜெயபாலன் ஒரு முன்னுரை எழுதினார். கவிதையை விடக் கவிஞனைப் பற்றிய விவரிப்புகள் அதில் கூடுதலாக இருந்ததால் முன்னுரையை வெளியிடவில்லை. இப்போது யோசிக்கும்போது அது மட்டுமல்ல காரணம் என்று புரிகிறது. வாழ்க்கையின் நெருக்கடியும் படைப்பூக்கமும் முட்டிக்கொண்டிருந்த தருணத்தில் பிரம்மராஜனுடன் நிலவிய நட்பு கொடுத்த தார்மீக வலு இணையற்றது.

புத்தகத்தின் தயாரிப்புப் பொறுப்பு மாமல்லன். பிழை திருத்துநர் கவிஞர் விக்ரமாதித்யன். வடிவமைப்பு பஷீர். புத்தகத்தின் இரண்டு பக்கங்களில் ஒவ்வொரு எழுத்து உதிர்ந்துபோனதைத் தவிரப் பிழையே இல்லாத மெய்ப்புப்படி. கறுப்பு வெள்ளையில் இலைகளே இல்லாத இரண்டு மொட்டை மரங்கள் இருக்கும் படம். தலைப்பையும் மொத்தக் கவிதைகளின் தொனியையும் நியாயப்படுத்திய அந்தத் தேர்வுக்காக பஷீருக்கு மனதுக்குள் நன்றி தெரிவித்தேன். மாமல்லனின் கறாரும் உழைப்பும் இல்லாமலிருந்தால் 'கோடைகாலக் குறிப்புகள்' வந்திருக்காது என்று அன்று நினைத்தேன். இன்றும் நினைக்கிறேன்.

சில பிரதிகளைக் கோவை ஞானியிடம் கொடுப்பதற்காகப் புறப்பட்டேன். வழியில் தென்பட்ட எல்லா மனித முகங்களும் புது சோபை கொண்டவையாக இருந்தன. பேருந்திலிருந்த எல்லாப் பெண்களும் என்னையே பார்த்தார்கள். புத்தகத்தின் தலைப்பு அட்டையின் கீழ்ப் பகுதியில் இருந்ததால் தலைகீழாகப் பிடித்திருந்தேன். அதை வாசிக்கப் பேருந்து இருக்கையிலிருந்து தலையைச் சாய்த்துப் பார்த்த மாறுகண்ணுள்ள பெண் உலகின் பேரழகியாகத் தெரிந்தாள். எல்லாரும் என்னைச் சுட்டிக்காட்டி 'இதோ போகிறான் ஒரு கவிஞன்' என்றார்கள்.

5

பலருக்கும் புத்தகத்தின் பிரதிகளை அனுப்பிவைத்தேன். முதலில் வந்த எதிர்வினை சுந்தர ராமசாமியுடையது. புத்தக விலையை அனுப்பிய பணவிடைத் தாளில் தகவல் அளிப்பதற்கான பகுதியில் சில வரிகள் எழுதியிருந்தார். 'புத்தகம் நன்றாக வந்திருக்கிறது. கவிதைகளில் பலவும் முன்பே வாசித்தவை. தொகுப்பாக வாசிக்கும்போது உருவாகும் எண்ணங்களைப் பிறகு எழுதுகிறேன்' என்ற பொருளில் எழுதியிருந்தார். வெங்கட் சாமிநாதன் இன்லாண்ட்லெட்டரில் எழுதியிருந்தார். பொதுவாகப் பாராட்டி எழுதப்பட்டிருந்த கடிதத்தில் ஒரு வரியை மட்டும் விமர்சித் திருந்தார். 'தாமிரச் சூரியன்' என்ற படிமத்தை "இது ஏன் ஒரு இடதுசாரிப் பம்மாத்து?" என்று கேட்டிருந்தார். அவர் சுட்டிக்காட்டிய பிறகே அந்தப் படிமத்துக்கு அப்படி ஓர் அர்த்தம் இருப்பதே புரிந்தது. ஏதோ பயண தினத்தின் அதிகாலையில் பார்த்த ஒரு காட்சியை அதன் அழகியல் கூறுக்காக மட்டுமே பயன்படுத்தி யிருந்தேன். இருபது கவிதைகளையும் வரிவரியாக மேற்கோள் காட்டி வல்லிக் கண்ணன் நான்கு பக்கங்களுக்குக் கடிதம் எழுயிருந்தார். அது உண்டாக்கிய ஆனந்தப் பித்தம் தெளிய நான்கைந்து நாட்கள் தேவைப்பட்டன. ஓய்வுபெற்ற நீதிமன்ற நடுவரும் மொழிபெயர்ப்பாளருமான எம்.எஸ். ராமசுவாமி ஆங்கிலத்தில் விரிவான கடிதமொன்றை எழுதியிருந்தார். சில கவிதைகளை மொழிபெயர்த்தும் அனுப்பியிருந்தார். அவை பின்னர் 'மாடர்ன் தமிழ் பொயட்ரி' என்ற தொகுப்பு நூலில் (*Writers Workshop, Calcutta 1988* வெளியீடு) சேர்க்கப்பட்டன.

மிக அதிக எண்ணிக்கையில் கடிதங்கள் வந்தது வியப்பளித்தது. இலக்கியவாதி களாக அறிமுகமானவர்களுக்குச் சமமாக அறிமுகமே இல்லாத ஆர்வலர்களின் கடிதங்களும் இருந்தன. வாரத்துக்கு ஒன்றோ இரண்டோ பேர் மணியார்டர் அனுப்பிப் புத்தகத்தை வாங்கியது இலக்கிய ஆசுவாசமாக மட்டுமல்ல, தரித்திர நிவாரணமாக வும் இருந்தது. வேலையும் ஊதியமும் இருந்தும் பற்றாக்குறையான நிலை. அதைச் சமாளிக்க இந்த ஒற்றை இலக்கச் சிறு தொகைகள் உதவின. பின்னர் நூலகங்களுக் குப் புத்தகம் போய் வாராது வந்த இரட்டை இலக்கம் பெருஞ்செலவுகளுக்கு ஈடுகொடுத்தது. புத்தகக் கடைகளுக்குப் போனவற்றின் தொகை பிற இலக்கியப் புத்தகங்களாகப் பண்டமாற்று அடைந்தது. வெளிவந்து இரண்டாண்டுகளுக்குள் புத்தகங்கள் விற்றுத் தீர்ந்தது ஓர் ஆறுதல். அந்த ஆறுதலின் பின்னணியில் ஒரு முக்கியமான முடிவை எடுத்தேன். 'இனி நாமாகப் புத்தகம் போடுகிற வேலையை ஒருபோதும் செய்யக் கூடாது.'

என் முதலாவது தொகுப்புத்தான் பத்திரிகையாளனாகப் பணிபுரியும் வாய்ப்புக்கும் மறைமுகமாக உதவியது. புத்தகம் வெளியாகி இரண்டாண்டுகளுக்குப் பிறகு

வெளிவந்த *புதுயுகம் பிறக்கிறது* (1987) இதழில் தொகுப்பிலிருந்த பெரும்பாலான கவிதைகள் மறு பிரசுரம் செய்யப்பட்டிருந்தன. அதற்கு நான்காண்டுகளுக்குப் பின் *தமிழன்* என்ற பெயரில் வெளிவந்து அற்ப ஆயுளில் முடிந்துபோன நாளிதழில் வேலைக்காகச் சென்றேன். நியமனக் குழுவின் ஆலோசகராக இருந்த மூத்த பத்திரிகையாளர் 'சின்னக் குத்தூசி' தியாகராசன் என் விவரக் குறிப்பை மேலோட்டமாகப் பார்வையிட்டு மறுநாளே பணியில் சேரச் சொன்னார். என்னைப் பற்றி ஏதோ சொல்லத் தொடங்கியபோது "உங்களை நல்லாத் தெரியும் தோழர், *புதுயுகத்தில்* கவிதைகளைப் படித்திருக்கிறேன். அந்த அறிமுகம் போதும்" என்றார்.

6

பரவலாக வாசிக்கப்பட்டது என்று ஊகிக்க முடிந்தபோதும் தொகுப்புக்குக் குறிப்பிடத் தகுந்த விமர்சனங்களோ மதிப்புரைகளோ அதிகம் வந்ததாக நினைவில்லை. *கொல்லிப் பாவை* இதழ் 14 (அக்டோபர் 1985இல்) எழுத்தாளர் சுரேஷ்குமார இந்திரஜித் ஒரு கட்டுரை எழுதினார். கவிதைகளைப் பற்றிய முதல் மதிப்புரை அதுதான். ஏறத்தாழ அதே சமயத்தில் வெளியான *ஞானரதம்* இதழில் க.நா. சுப்ரமண்யம் மதிப்புரை எழுதியிருந்தார். புத்தகத்துக்கு ஒரே ஒரு விமர்சனக் கூட்டம் ஈரோட்டில் நடந்தது. 'விடியல்' அமைப்பின் சார்பில் உற்சாகமாக நடத்தப்பட்ட கூட்டம். பத்து இருபது பேர் கலந்துகொண்டார்கள். நான்கு கட்டுரைகள் வாசிக்கப்பட்டன. அதில் ஒன்று *காலச்சுவடு* இதழின் இன்றைய பொறுப்பாசிரியரான தேவிபாரதியுடையது. நான்கு கட்டுரைகளும் அவரே எழுதியிருக்கலாம் என்ற சந்தேகம் எனக்கு இருக்கிறது. கட்டுரைகள் வாசிக்கப்பட்டபோது 'சொல்லொணாக் கூச்சத்தில்' நாற்காலியில் நெளிந்துகொண்டிருந்தேன். அந்த சங்கோஜத்தை முன்னரே தயாரித்துவைத்திருந்த ஏற்புரையை வாசித்தபோது பின்னுக்குத் தள்ளிவிட்டேன் என்பது நினைவிருக்கிறது.

7

பார்சல் அலுவலகப் பெண் சொன்ன அபிப்பிராயத்தைத்தான் பின்னர் அறிமுகமான பலரும் சொன்னார்கள். வாழ்க்கை இத்தனைக் குரூரமும் கொடுமையும் துயரமுமாகவா இருக்கிறது என்ற சந்தேகத்தை எழுப்பினார்கள். அன்று எனது தனி வாழ்க்கை அப்படித்தான் இருந்தது. வெளிக்காட்ட முடியாத வறுமை, குடும்ப உறவுகளின் சிதைவு, தனிமை. சமூக வாழ்க்கையும் கொந்தளிப்பானதாகத் தான் இருந்தது. வாழ்க்கை இயல்பாக நடைபெறும் ஒன்றாக இருப்பதற்குப் பதிலாகத் திணிக்கப்பட்டதாகவும் பொறுத்துக்கொள்ள முடியாததாகவும் இருந்ததாக

என் தலைமுறை இளைஞன் உணர்ந்திருந்தான். அடிவயிற்றில் மூண்டெரியும் தார்மீகக் கனலின் தகிப்பை வெளிக்காட்டுபவனாக இருந்தான். அந்தத் தகிப்பு நுண்ணுணர்வுள்ள எவருக்கும் பொதுவானது. அதைத்தான் கோடைகாலக் குறிப்பு களில் வெளிப்படுத்த முயன்றிருக்கிறேன் என்று இப்போது தோன்றுகிறது. மனிதனை வகைப்படுத்தும் பிரிவினைகளைக் கடந்த மானுட வெளியைத்தான் கவிதை முன் வைக்க விரும்புகிறது. 'எவ்வழி நல்லவர் ஆடவர் அவ்வழி நல்லை வாழிய நிலனே' என்ற பழங்கால வரிகள் (ஔவையார்) முதல் 'ஒரு துயரமும் இன்னொரு துயரமும் தமக்குள் சண்டையிட்டுக்கொள்வதையே நாம் வரலாறு என்கிறோம்' என்ற அண்மைக்கால வரிகள் (இசை) வரையும். இன்னும் தொடர்ந்தும். அதுதான் என் இருப்பை நிறுவுகிறது. அதன் அடையாளங்கள்தாம் என்னுடைய கவிதைகள். இந்தக் கவிதைகளுக்குள் நான் உறுதியாகக் கடைப்பிடிக்கும் ஒரே நிலைப்பாடு – கவிதைக் கான பொய்களைச் சொல்லலாம். பொய்யான கவிதையைச் சொல்லக் கூடாது. எல்லாரும் விரும்புவது அதையே என்பதுதான் 'கோடைகாலக் குறிப்புகள்' பெற்ற அங்கீகாரத்துக்குக் காரணமாக இருக்குமோ?

8

காலச்சுவடு பதிப்பகத்தின் குறிப்பிடத் தகுந்த முதல் கவிதைத் தொகுப்புகள் வரிசையில் ஏறத்தாழ முப்பது வருடங்களுக்குப் பின் என் முதல் தொகுப்பு மறுபதிப்பாக வெளியாகிறது. முதல் தொகுப்பில் சேர்க்க நினைத்து அவ்வளவு ஒன்றும் சிறப்பாக இல்லையே என்ற சந்தேகத்தின் பேரில் ஒதுக்கிய கவிதை ஒன்று இந்தத் தருணத்தில் வேறு அர்த்தத்தை தருவதாகத் தோன்றுகிறது. விடுபட்ட அந்தக் கவிதை:

கொட்டாவி சொடுக்கித் திரும்பிப் பார்க்கையில்
விரலை மடித்துக்
கொக்காணி காட்டுது
போன இரவின் பாதிக் கனவு.

5.12.2012 **சுகுமாரன்**